Gom nhặt thành con sông

Vy Thượng Ngã

Gom nhặt thành con sông

Nhân Ảnh
2018

Gom nhặt thành con sông

Thơ **Vy Thượng Ngã**
Bìa: **Khánh Trường**
Trình bày: **Nguyễn Thành & Lê Hân**
Kỹ thuật: **Tạ Quốc Quang**
Nhân Ảnh Xuất Bản **2018**
ISBN: **9781989924082**
Copyright © 2018 by Vy Thuong Nga

HÃY KỂ ANH NGHE

Hãy kể anh nghe về lớp học
Biết đâu hai đứa giống nhau sao!
Có khi chung nỗi niềm riêng nữa
Những vết thương nào chẳng buốt, đau.

Hãy thở than đi bè bạn cũ
Cả lời hứa hẹn phỉnh đầu môi
Tin yêu phách lối chào nghi ngại
Xấu mặt nhìn nhau... thuở ấy ơi!

Hãy bật mí anh bè bạn mới
Anh nhờ cơn gió cõng buồn qua
Mượn lưng chiếc lá mà rong ruổi
Từ biệt muộn phiền với xót xa.

Hãy tựa vào nhau truyền nước mắt
Anh xin giành hết cả phần em
Nụ cười đã lấm lem rồi đấy
Chớ trải lối vào dẫn dắt đêm.

KHÔNG ĐỀ 1

Vì trời đất chẳng hiểu nhau
Nên chia đôi mãi thấp cao đóng đời
Nắng mưa rong ruổi cuộc người
Tỏ - mờ, tìm – trốn, ngược – xuôi dặm trường
Ta – em giữa vạn nẻo đường
Cùng chung thuộc đất, vạ cơn đọa đày
Đôi khi nắng có mưa bay
Lòng em biết có ta ngày nào không?!

VÌ TÔI LỚN CHẬM

Vì anh lớn chậm, bé ơi
Đánh đu tuổi trẻ chẳng đòi lớn thêm
Toòng teng từng giấc thần tiên
Vào trang cổ tích, hồn nhiên đón chờ

Bàn tay ngà ngọc sẵn đưa
Không tanh nhân thế, chẳng chua phận người
Không cay, đắng, chát, mặn đời
Chỉ toàn ngọt lịm, đủ mùi trẻ con

Vì anh nít nhỏ, sống mòn
Mắc từng sợi ảo – thực còn quẩn quanh
Thêm lần thấy được ngày xanh
Anh xin dâng tặng tuổi thanh xuân người

Nhặt nhạnh ký ức dần trôi
Tuổi thơ phung phí đánh rơi bên đường
Vì anh lớn chậm, cần thương
Ai hờ hững quá, bỗng dưng lòng buồn...

ĐÔI MƯƠI RỒI MỞ LÒNG ĐI, EM NHÉ!

Ta phải xấu, nhường phần xinh em hết
Khập khiễng ư? Phó mặc lắm nhỏ to
Ta con trai nhan sắc chả đáng lo
Em con gái hằng lưu tâm vặt vãnh.

Ta chỉ có công danh và thử thách
Cả tương lai rào đón rộng con đường
Mém tí thôi quên kể lể yêu đương
Cùng chung vui toan tính bày nghiệt ngã.

Em nho nhỏ bình thản bao mùa lá
Xuân hạ thu đông tầm tã... chưa từng
Ta nặng mang lỉnh khỉnh thứ trên lưng
Oằn gian truân theo đường cong cột sống.

Em tội ta không mênh mông bể rộng
Dáng người con con đứng thấp lè tè
Ngó lên trời cao mỏi mắt chán chê
Nhìn xuống trần ai vẫn chưa đủ lớn.

Em thương ta không cái thằng cà chớn
Khoái chọc trêu mỗi lúc gõ cửa tình
Câu hỏi thăm thấy ghét mớ linh tinh
Yêu ngó lơ dù tim thèm sơ hở.

Chân em bước tàn cây in gót đỏ
Lá me bay rung rinh nhẹ cành chào
Trút bờ vai tô vẽ những khát khao
Đôi mươi rồi mở lòng đi, em nhé!

KHÔNG ĐỀ 2

Hôm nay tìm thấy thêm điều nữa
Bí mật xuôi tay thả ánh đời
Ẩn số cạn dần trong sớm muộn
Cùng nhau bật mí chẳng còn vui!

Hôm nay nhìn thấy em cười đó
Có chắc ngày mai tươi tắn hơn
Bước có chùn đi hay giữ nhịp
Lạc quan còn giữ nét tinh tươm?!

KHÔNG ĐỀ 3

Tôi con trẻ hiểu gì đâu sự lớn
Mà thường nghe sự dữ đến khôn cùng
Và có lẽ thiên thần thường gãy cánh
Để lưu đày thử thách giữa thâm cung.

ĐÁNH THỨC

Cầu vồng le lói đứng sau mưa
Anh đứng gần em lắm, biết chưa?!
Đẩy đưa/ nghiệt ngã/ mang tình đến
Sợ thổi bay sau những lọc lừa.

Nhớ nhìn phía trước, nghĩ tương lai
Lưu luyến chuyện xưa tiếc nhớ hoài
Một phút giây trôi thành lịch sử
Huống gì ngày tháng trở bàn tay.

Nẻo đường dài ngắn đến con tim
Những ngõ quanh co dõi mắt tìm
Nếu lỡ không may quên dò hỏi
Thế nào đêm cũng bắt đền thêm.

Xui xui hẻm cụt coi như chết!
Có ngã mỉm chi nhắc trớ trêu
Có quẩn quanh đời dâng khát vọng
Trưởng thành từ buổi giữa rong rêu.

Bèo dạt ta tìm con nước cạn
Đôi chân trần biết khúc nông/ sâu?
Em hai mươi tuổi... thơ ngây lắm
Còn mút kẹo mà, đoán được đâu!

TÌNH CHO MƯỢN

Cho em mượn bờ vai và ánh mắt
Phút yếu lòng khi chợt thấy cô đơn
Đừng chê nhé đôi tay sần lãng tử
Chai lì theo đời gió bụi phong sương.

Cho em mượn kịp vui cùng chúng bạn
Tuổi hai mươi đầy ắp những đua đòi
Cuộc chơi nầy vô thường bày sa ngã
Em trẻ mà, sao thấu được - như tôi!

Cho em mượn bóng hình dài dưới nắng
Cùng chở che, đi hết đoạn đường này
Đừng nghi hoặc con trai nào cũng vậy
Có người đúng ắt sẽ gặp kẻ sai.

Cho mượn đấy! Em lo chi kì hạn
Kiếp trần ai dẫu mấy cũng về ngày
Không đánh đố nhiêu khê làm vướng bận
Cảm tạ đừng mang nặng kẻo không hay!

Sợ nhiều lắm ngày kia thôi mượn nữa
Chán bờ vai, ánh mắt - biếng môi cười
Lời giả dụ mong sao mình xàm bậy
Đừng ngậm ngùi theo lá rụng, đêm trôi...

XIN LÀM NGƯỜI NGHE EM KỂ BUỒN VUI

(Ngủ đi em...)

Trái đất không tròn như ta vẫn tưởng
Và cuộc đời cứ tiếp nối trôi trôi
Buồn mà chi đêm chẳng thể nào vơi
Có nguôi ngoai khi ngày mai chưa biết?

Trên mái đầu phản bội mình, ly biệt
Theo thời gian rơi rụng lặng lẽ người
Chấm phá lên hoang dại chút niềm vui
Ngại nhường nhau cùng một nhà sinh sống.

Người với người hằng tị hiềm nhau lắm
Mượn nụ cười che lấp thói ganh đua
Đâu ai hay đằng sau những cợt đùa
Ngàn mũi lao, cung tên nhắm một hướng.

Ngủ đi em dù quen mình ương bướng
Học đòi chi thành người lớn suy tư
Mỗi lo toan tôi buồn vẽ mắt thơ
Trầm giai nhân hòa điệu vần trĩu nặng.

Ngủ đi em không gì đo biển mặn
Thử lòng người cạn sức chỉ hoài công
Nhân tình ơi buồn có đục màu sông
Nắng là tôi xin phủ ngàn tâm sự.

TẾT VÀ EM

Chỉ nhắc tên Em là thấy Tết
Thảo nào cái nhớ dịu dàng gieo
Tình anh trẻ dại như mười tám
Dù đã hai mươi mốt/ lẻ/ theo.

Chỉ nhắc tên Em là thấy Tết
Đầu môi chót lưỡi bỗng trong veo
Nhẹ nhàng dâng sóng hân hoan đến
Hạnh phúc đợi mùa chín trái yêu.

Hạnh phúc chẳng qua lời nán đợi
Những chờ, mong, ngóng/ dưỡng yêu đương
Xem như chớp mắt và cơn ngủ
Một thoáng - ban mai ngỏ sắc, hương.

Từng lóng tay xâu hàng giá lạnh
Bấm đốt thời gian lặng lẽ ngang
Cũng may không ở xa nhau lắm
Mà thấy phai phôi nhốn gót choàng.

Đối với anh hôm nào cũng Tết
Cũng canh khuya thức đón giao thừa
Thiếu bánh mứt cùng quần áo mới
Thiếu Em câu chúc ướp ngây thơ.

Cái nhớ đầu năm nở điệu đàng
Cựa mình, lộc biếc nứt đoan trang
Hoa trái dậy thì nao nức giục
"Tết về cho kịp độ xuân sang."[1]

"Xuân đến cho em thêm một tuổi"[2]
Tình có xôn xao gõ cửa lòng
Để anh còn cớ đa tình khép
Trái cửa tim hoang khóa vứt sông.

Chỉ nhắc tên Em là thấy Tết
Ngồi đây bóng xế lắm u hoài
Ngày chia chi bóng cho đêm tủi
Đời sớt xuân thì, bé bỏng vơi.

Chỉ nhắc tên Em là thấy Tết
Xin người đừng nhắc, chỉ tôi thôi
Để Em còn hiểu ngoài cha mẹ
Ai biết thương Em hơn chính tôi!

[1]: Ý thơ Tô Thùy Yên
[2]: Thơ Nguyễn Bính

KHÔNG ĐỀ 4

Ba tháng chia tay là mất tích
Kẻ còn nhớ giọng, đứa quên tên
Đám ấy giờ đây muôn vạn ngã
Gặp nhau chẳng biết lạ hay quen!

KHÔNG ĐỀ 5

Thương em - oằn gánh đoạn trường
Buồn thâm vai chạm bước đường nhá nhem
Sầu cùng em, vui cùng em
Ly sinh chén dốc môi mềm cô đơn

Tôi giành hết những tai ương
Để em được vẹn yêu đương cuộc đời
Thương em mất cả thiếu thời
Chẳng sao, vẫn trọn bầu trời chở che.

KHÔNG ĐỀ 6

Em ráng giữ tình ta với nhé
Tương lai nặng nợ mắc lo xa
Sợ ngày kia đến em đi mất
Chí lớn chẳng bù kịp xót xa.

KHOAN DUNG

Tình tôi trót dại mênh mông
Chưa lần biết giữ trong lòng cho em
Tính còn con trẻ đua chen
Chóng vui, sớm chán - rủ ren đổi dời

Ngàn sao mấp mé trần đời
Muôn vàn toan tính lìa ngôi sẵn chờ
Tôi người dương thế khạo thờ
Nương theo trình tự những trò đùa đau

Thật thà nào đáng tội đâu
Mong em cảm động gật đầu làm tin!

KHÔNG ĐỀ 7

Cũng có thể ta lầm em với gió
Chỉ thoáng qua lưu luyến tận chỗ nằm
Nhớ rộng lòng chia khắp đến trăm năm
Tim vội vã then cài thôi vướng bận.

NẮNG SÀI GÒN

Nắng Sài Gòn có còn thơm hoài niệm
Buổi tan trường lóng ngóng bước chân đi
Tuổi ham chơi nên mãi chẳng chịu về
Đâu biết được một mai là... dang dở!

Thương muốn chết, cam tâm, đừng làm bộ
Cổng đông người chờ đợi kẻ dần thưa
Dẫu mỏi mòn chỉ mỗi một tiểu thơ
Sá chi nắng ưu tư choàng nếp vải.

Khát bàn tay lắm rụt rè, e ngại
Chạm vô tình đầy đánh đổ con tim
Bao ước mong kề cận với nỗi niềm
Hãy cất tiếng, nhờ thời gian thách thức!

Để hôm nay nhìn ngày qua ngỗ nghịch
Nít quỷ mà thi thoảng cũng dễ thương
Tôi thương dễ, riêng người thì chả biết
Lại lâu lâu cắc cớ chuyện yêu đương!

DẶN EM

Noel đang kề đó
Tết se mình sắp về
Nhỏ vui chăng hở nhỏ
Thêm một tuổi xuân thì.

Đã thôi còn mút kẹo
Tóc đuôi sam e dè
Mong giữ hoài thục nữ
Dịu dàng, nhớ đấy nhe!

Noel trời trở lạnh
Gió bướng bỉnh trêu người
Lễ này không quà tặng
Lớn rồi, biết có vui?!

Lì xì Tết ít hẳn
Vơi bớt theo thời gian
Bạn bè trăm ngả rẽ
Ai ngồi nghe thở than.

Dòng đời cứ trôi, trôi
Tình người mỗi ngày vơi
Ai ngồi nghe em kể
Nỗi sầu trên khóe môi.

Hạnh phúc đỗi mong manh
Như định luật tuần hoàn
Như bốn mùa luân chuyển
Mặc ai níu tuổi xanh
Mặc ai đang khổ sở
Mắt lệ tuôn thành dòng
Dẫu héo mòn, khốn khó
Gom nhặt thành con sông.

Em đừng sợ mùa đông
Ngại mùa xuân sẽ đến
Giấu giếm sợ ly biệt
Tội tình chi, nghe em.

Kiếp này anh bị phạt
Hành án tù chung thân
Nguyện bên em thật gần
Dù thế gian đổ sụp
Không rời nửa bước chân!

KHÔNG ĐỀ 8

Em con gái tinh anh tình yêu đến
Ai thích thầm, nắm hết chỉ làm lơ
Trông làm bộ mà lòng cũng ráng chờ
Chút cao giá và ngu ngơ... rõ khéo!

Câu chối từ để lâu thường bị ghẹo
Nếu nói liền tội nghiệp lắm, biết không
Tuy các anh lừng lẫy giữa núi sông
Nhưng lạc lõng giữa lời yêu thú nhận!

Có dễ chi một dịp toang cửa ngực
Cố mong người đi đến cuối đường đau
Chỉ một đường mặc ngã rẽ vẫy chào
Ta từng đã một thời sầu nghi hoặc!

KHÔNG ĐỀ 9

Chừng một hai năm chắc em quên
Ý thơ phai nhạt chẳng còn duyên
Em có đôi lần rung động cũ
Kiếp tôi thi sĩ mãi không tên…

KHÔNG ĐỀ 10

Không giờ - em ngủ, tôi chưa
Lo kỳ thi đến, đổ thừa tại em!
Đổ thừa giấu nắng vào đêm
Đi gom nhung nhớ tôi thêm chán chường
Tính tôi kỳ lắm, ai thương
Buộc em cái tội trăm đường khổ nhau.

Vì tôi đất thấp, em cao
Thương sao dám ngỏ, thao thao: quen rồi!
Nhớ như gió thoảng mấy hồi
Huống chi yêu cũng song đôi dễ lìa
Mắt môi u ẩn lối về
Dù hàng trụ điện chẳng hề tối tăm
Mưa tích tách, mưa lâm râm
Bên tai rỉ rả ngấm ngầm buốt đau
Sức nào với nỗi tình đâu
Vu vơ là cớ huyệt sâu khối tình.

KHÔNG ĐỀ 11

Đời tôi em nói không sai
Vô duyên tiền kiếp, đầu thai lẫy lừng

ĐÊM SAO SÁNG

Em bảo đêm nay chẳng thấy sao
Trốn tìm mải miết, nấp nơi nào
Ẩn mình chờ đợi điều chi nữa
Nhất định chưa thèm rực sáng cao.

Có một vì sao nao nức giục
Hay đâu chờ đợi cũng hoài công
Giấu khát khao thầm thao thức vỗ
Trăm năm vọng lại... có buồn không?!

Sao em ăn hiếp ngôi sao bé
Mi mắt chớp chi chúng sợ kìa
Ngoan nhé, nghe lời vờ khép chặt
Cho ngôi sao tỏ trên nền khuya!

Tôi dõi đời qua vạn bước chân
Lời ăn tiếng nói thoáng tần ngần
E dè ôm ấp môi cười ngượng
Trổ nụ hiền từ khắp nhánh xuân.

Em tôi còn bé nên chưa biết
Tay vén màn đêm lật thói đời
Không nỡ tuồng chèo thôi đất diễn
Khoác tay tạo hóa chút đùa vui.

Rớt vai dành sẵn người thua thiệt
Thất thế cuộc chơi ngã ngựa về
Tám hướng, bốn phương ngần ngại sáng
Ngủ ngoan em nhé, thả mơ đi...

ĐƯỜNG VỀ

Anh chỉ trách đường về sao ngắn quá
Phút bên em chừng đấy chẳng là bao
Muốn cất thêm vơ vẩn thật ngọt ngào
Tình chưa tới, hay lòng mình... ngường ngượng?

Lòng ôm ấp khoảng trời thơm mộng tưởng
Buổi sáng nào cũng ngỡ mới sang xuân
Đường chim bay nhung nhớ lánh điểm dừng
Cho bất diệt chạy dài thôi vương vướng.

Lòng khâu khíu nụ cười ngoan mường tượng
Sợ em tìm ra nét chỉ non tay
Đi sượng sùng chắp vá rối bời thay
Giá chủ nhật lấp đầy loang hết tháng

Để mỗi hôm đều ra ngày lãng mạn
Để mỗi chiều thành những lúc chung vui
Đừng ngủ chi mà hãy sống quên đời
Đem phiền muộn lên hàng mi, sóng mắt .

Em cứ chớp cho sầu dâng héo hắt
Cong cong oằn theo luân vũ thời gian
Điều không may xin gãy khúc ly tan
Anh đệm phím xua buồn vươn tay với...

KHÔNG ĐỀ 12

Bàn tay kỷ niệm thơm mùi tóc
Quên lãng dập bầm phút sướng vui
Quá khứ - ước chi giờ ngắn lại
Cánh tay dài nỗi tiếc khôn nguôi.

CÓ NHỮNG LÚC

Cũng có lúc em hiền như chú thỏ
Ta động lòng muốn nhỏ nhẹ đứng bên
Dẫu toan tính dễ dàng đi chăng nữa
Vẫn mịt mờ như chuyện lẫn trắng đen.

Sẽ có lúc em buồn và mít ướt
Thì ngại chi mở khóa sạch rèm mi
Hãy mặc nước tuần hoàn theo quy luật
Mắc bộn bề, buồn thoáng chốc hao đi.

Cũng đôi lúc em thì thầm - lơ đễnh
Chắc quen rồi những trận lũ, cơn giông
Ta nào biết vướng phải vô tâm lắm
Khi cơn đau báo hiệu thở mệt tâm.

Ta mong em như mèo ngoan bé bỏng
Lúc cựa mình đã sẵn tấm thân kề
Chẳng đủ rộng choàng vừa em hơi ấm
Phủ dụ mình: vòng tay trọn chở che...

KHÔNG ĐỀ 13

Dẫu ngàn cách trở theo sương xuống
Vẫn rộng vòng tay che chở người
Ngoài ấy xô bồ, toan tính lắm
Tựa vào lòng, yếu mềm cùng tôi.

TÌM EM MỎI MẮT, RÃ HÌNH HÀI TÔI

Tôi đi tìm bóng dáng quen
Từ trong vô thức tràn mênh mông đời
Gấp trang tơ tưởng bồi hồi
Bước lên hư ảo nhọc rời tỉnh mê

Đồng bằng, rừng thẳm, sơn khê
Dốc cao đứng dựng chẳng nề sông sâu
Đại dương - ừ có sao đâu
Đường xa nào ngại cúi đầu tìm yêu

Ai đo được trượng tình liều
Nhắm ra bao thước lòng xiêu đổ, về
Cứ yêu cho hết e dè
Thương đi nếm trải những mê đắm mời

Chờ em tiến một bước thôi
Trăm ngàn bước để phần tôi - được mà!

HẠNH PHÚC TA TRONG HẠNH PHÚC NGƯỜI

Mắt mi cũng biết cười như miệng
Em thử nheo xem sẽ rõ liền
Tin đi! Lời nói từ thi sĩ
Trăm vạn lần thì lắm lúc riêng!

Hạnh phúc đâu gì đem cắt nghĩa
Nhiều khi chiếc kẹo ngọt môi ngoan
Bịch ya-ua đá tê đầu lưỡi
Tiểu thuyết yêu đương gối mộng vàng!

Hạnh phúc xung quanh đều rất thật
Nhẹ khuyên u ẩn chớ đơm hoa
Lấp lên hờn tủi đừng ra nhánh
Thôi nghĩ hoang đường đến xót xa!

Lá cành trần thế vẫn xum xuê
Chua chát chen nhau chắc hẹn thề
Ai lỡ vung tay gieo hạt giống
Một đêm giông bão trải lê thê.

Hạnh phúc đời ta trọn những điều
Cân đong đo đếm chẳng bao nhiêu
So, lường, phép thử chừng vô nghĩa
Phó mặc tâm hồn định mệnh thêu!

Hạnh phúc nơi ta chỉ nửa vời
Tháng ngày thơ ấu ngủ trong nôi
Mẹ cha bồng bế nuôi khôn lớn
Mang tuổi thanh xuân gửi gắm người!

Hạnh phúc ta đâu dễ trả lời
Dấu câu lấp lửng khó song đôi
Mốt mai thê thảm, "ừ, vừa đủ"
Nếm trải vẹn nguyên giọt đắng mời.

Hạnh phúc ta ư? Người giữ rồi
Tìm chi muôn kiếp hoài công thôi...

KHÔNG ĐỀ 14

Hay đâu toan tính âm thầm
Cô đơn phản bội, gieo nhầm chỗ tôi.

KHÔNG ĐỀ 15

Trăng nơm nớp tỏ/ bao rao bán
Dọa hái sao trời tắt mộng mơ
Thi sĩ quẩn quanh/ vay vũ trụ
Hay lòng đã hẹp ý cùng thơ?!

NGẠI ĐƯỜNG VỀ MƯA LÀM LẤM ÁO EM

Mây vần vũ xát từng hơi thở lạnh
Gió vô duyên nấp sẵn tự phương nào
Cùng quây quần ngăn nắp giấu khát khao
Chào nhân gian cơn mưa chiều dần chớm

Ngồi đây em... hàng cây đương lì lợm
Lá ấp ôm trĩu nặng giọt cứng đầu
Sợ không em tháng Bảy tiết mưa ngâu
Mắt thu phong ngân ngấn dài nét đẹp.

Em - con gái mang nỗi buồn trác tuyệt
Cùng dịu hiền quanh quẩn ở đâu đâu
Lũ con trai tâm trạng một sắc màu
Lúc bên em hay cằn nhằn: mắc ghét!

Em - con gái thích nương nhờ thời tiết
Nói chuyện mình mong khẽ chạm cảm thông
Năm bốn mùa: xuân, hạ đến thu, đông
Chưa kịp nghe dần chuyển mình trang mới.

Em và mưa cả hai đều lắm vội
Áp vai nhau điểm tô vạn thói đời
Phút mỏi mệt nhớ tựa sát: Anh ơi
Em và mưa dùng dằn đi đừng lớn!

Ở lại nhé khi trời còn ngang bướng
Ngại đường về mưa làm lấm áo em...

ĐỪNG GỌI EM LÀ CÔNG CHÚA

Ta không muốn gọi em là - công chúa
Ngại kiêu căng nhuần thấm buổi ban đầu
Mà công chúa dĩ nhiên cần hoàng tử
Nhìn lại mình nào sánh với em đâu.

Khi mong ước em quen đeo vương miện
Những lúc buồn cúi xuống sợ đánh rơi
Trong phút giây sơ hở thó đi rồi
Mơ cổ tích trần gian lầm lạc lắm!

Ta chẳng thể giam em nhìn vạn dặm
Để thấy mình non nớt, dại khờ thêm
Khắp hướng bày chông gai sẵn chờ em
Chút hững hờ, ngây ngô chừng vướng mắc!

Lời thơ non dàn trải bao lầm lạc
Ta cũng từng đau đớn vết thương riêng
Em đừng mong tồn tại bậc thánh hiền
Áo phàm tục níu chân tu hóa dữ

Giấu tâm can nhỏ giọt buồn mưng mủ
Tám kẽ tay, mười ngón có đều nhau
Huống chi ta - em muôn vẻ muôn màu
Nhưng niềm thương ào ạt con sóng vỗ.

Tình vẫn trọn dù bao lần cách trở
Thượng đế thường âm thầm xuống chia hai
Nếu thiên đàng có thực thế gian này
Thì hạnh phúc không trừ ta mộng tưởng...

KHÔNG ĐỀ 16

Nụ cười giờ vẫy xa môi
Hay là tôi rũ đi lời nhắn xưa
Đừng tìm tôi của ngày thơ
Lỗi lầm đã chít khăn sô thiếu thời
Thương em tập tễnh cuộc người
Thương tôi ngây dại khóc cười kiếp tôi.

KHÔNG ĐỀ 17

Tôi có bài thơ chẳng thiết lớn
Cứ mãi đôi mươi - tuổi của nàng
Có sao! Mai mốt cùng nhau lớn
Vội vàng kẻo vấp khối lầm than!

Ham chi bắt chước người ta nữa
Thôi nhắc muộn màng, trách nắng xuân
Lầm lỡ học đòi, tôi sẵn chịu
Em buồn chả biết có tay nâng?!

KHI NAO NGƯỜI THẤY NHỚ TA KHÔNG?!

Đôi khi muốn viết lời xưng tụng
Ngọc nữ - hồn thơ - tự xuống đời
Rất thiệt vắt từ tim, khối óc
Vài câu cắc cớ ước nghe chơi!

Hỏi sẽ còn ai gieo chút nhớ
Đủ cho lòng nặng gánh thương thương
Hay đâu dâu bể lênh đênh lắm
Sóng cuốn xa bờ, vướng nhiễu nhương.

Sớm mai ảo ảnh buông rào đón
Đời cản lối ta, trải khát khao
Hoài bão ấp ôm, hy vọng huyễn:
- Hôm qua đi hết cuối đường đâu!

Em rạng ngời hơn dạo ấy nhiều
Trần gian có đủ chứa thương yêu
Nhọc nhằn mấy độ mùa thay lá
Cây hãy còn trơ, vẫn lắm điều.

Bàn tay năm ngón buồn - vui - xui, -
tình - bạn kề bên bốn ngón, cười
Ngón học biếng lười, nghe, lẩn tránh
Công danh bao ngón nép rong chơi?

Tình ta lẽo đẽo bước theo sau
Nắng tắt mưa mờ với ngàn sao
Le lói mênh mông tìm chỗ đứng
Một mình sáng rực khoảng trời cao.

Trời - đất phân hai đánh đố người
Nắng mưa ép uổng, ước song đôi
Sinh thêm giông bão bày chia rẽ
Chắc chẳng phần ta nghiệt ngã mời!

Thơ ta cảnh giới đoạn long đong
Chỉ chuyện thần tiên ngự cõi hồng
Tâm vốn hoang đường sinh hỏi vặn:
- Khi nao người thấy nhớ ta không?!

VUI MÃI CHƯA VỀ ĐON ĐẢ THƯA

Tôi ước làm khăn lau nước mắt
Buồn em thấm lạnh ướt tay gầy
Tôi là điểm tựa hoài thong thả
Một cái ôm thèm hơi ấm vai.

Sao buồn không lóng lánh như sương
Lẫn ánh bình minh rong ruổi đường
Cứ thích đêm về canh cánh hỏi:
- Em đây ai đã ngỏ lời thương?!

Niềm vui nhường chỗ buồn sang chơi
Chẳng vụt mất đi, dai dẳng đời
Như trẻ khư khư cầm chiếc kẹo
Dính đầy tay, áo vẫn tươi cười.

Xuân hạ thu đông - năm bốn mùa
Riêng tôi chỉ thấy rét ganh đua
Chồi non từng nụ chưa xanh lá
Vui mãi chưa về đon đả thưa!

Em giữ mùa xuân của đất trời
Dù mưa lướt thướt mấy khi ngơi
Nhẹ nhàng âm ỉ hoen màu tóc
Em đẹp lúc buồn... nhan sắc ơi!

Trời mưa buồn lắm tóc em phai
Ve vuốt, tôi xin đan sợi dài
Sợi ngắn nâng niu sầu chớ lấm
Nép mình tôi nhé lánh trần ai...

KHÔNG ĐỀ 18

Cái nhớ ngộ ghê mà cũng nhận
Tương tư sinh chuyện đỡ cơn nhàm
Đôi khi lòng huỡn lo nông nổi
Chịu khó vơ vào... sợ bảo tham!

KHÔNG ĐỀ 19

Áo dài thả gót sân trường
Thơ ngây gieo rắc mối tương tư người
Tim chùn bước ngẩn ngơ mời
Cách chi ngưng đọng dấu thời gian trôi

Em cười trong nắng lên ngôi
Thành tiên giáng thế sống đời học sinh
Hay đâu có kẻ giận mình
Cũng không biết phải trộm nhìn để chi?!

KHÔNG ĐỀ 20

Nam châm trái dấu/ hút đời
Hồn trần mắt thịt đừng rời bỏ nhau.

VÌ ĐỜI NGẮN LẮM NGẠI GÌ ĐAN TAY

Chết trên tám kẽ tay người
Còn chừa chỗ lấp lạnh rời xa nhau
Tình ơi! Mùa đã thay màu
Mùa đi theo nắng phai mau từng ngày

Tình lo chăng nhỡ không may
Mai đây tình sẽ nhạt phai má hồng
Sương len lén điểm não nùng
Những đường gấp nếp điệp trùng dung nhan

Hoa chóng nở, đời sớm tàn
Tình đừng lớn vội, ủ thanh sắc trời
Bấy nhiêu tôi đủ khổ rồi
Mặn mà thêm nữa sao tôi vẫy vùng

Sao tôi mặc sức lẫy lừng
Nụ cười thôi đã nóng bừng tim si
Tình đừng nghĩ mãi mà chi
Vì đời ngắn lắm ngại gì đan tay...

KHÔNG ĐỀ 21

Ta nhớ năm ta mười tám tuổi
Chữ yêu chẳng thuộc, biếng ôn bài
Bẻ đôi con chữ như đang chọc
"Êu" ghép thêm "l" trêu ngươi ai?!

Ta tiếc năm ta mười chín quá
Vỡ lòng yêu lại tiếp từ đầu
Nhớ thương phải thuộc/ song đôi bước
Đừng bỏ/ lưu ban/ đời rất đau.

Quanh quẩn hai mươi đã cận kề
"Trả bài", em đến ngỡ cơn mê
Bài "trò" đã thuộc sao "cô"... nỡ
Ngoảnh mặt chưa hề quen biết chi.

CHO ANH TAY NẮM NHÉ EM

Đưa anh tay nắm, nhé em
Hứa nâng thật nhẹ, thật hiền - thư sinh
Đưa tay anh giữ chút tình
Dần khơi lửa ngọn hôm mình về chung

Cho anh cái nắm lưng chừng
Ngón tay đeo nhẫn trắng ngần, thuôn thuôn
Hơn thua, được mất chảy tuôn
Nhờ em thiên hạ lận lường bỏ xa

Cho anh xin cái nắm nha!
Lỡ mai em với người ta... sao đành
Em ơi hãy nhớ để dành
Còn vài ba cớ... nợ nần trả chung

Anh thề: "Phụ nữ người dưng"
Tay không buộm nhuốm đặt gần bên ai
Nếu em đi lạc đường dài
Tội chi chẳng nắm cả hai cùng về

Anh - em tay áp, môi kề
Là bao phiền muộn, não nề cuốn trôi...

KHÔNG ĐỀ 22

Đời xám xịt câu than hoài cũng chán
Chỗ ngồi đây đã ấm những kêu ca
Nương nhờ em trẻ dại cõi ta bà
Anh hùng bỗng thu mình trong mắt biếc!

ƠN EM

Đôi khi trong nắng có mưa
Trong ta phần quỷ vẫn chưa hiện hình
Nhìn em, sợ kẻ bất bình
Con tim muốn động, thình lình... bỏ đi

Trong thương yêu nảy từ bi
Trong thương yêu cũng sân si trổ mầm
Ơn em tỏa ngát thăng trầm
Cho ta ủ đóa từ tâm dậy thì

Mai kia mốt nọ - sá gì
Đời phù dung lấp nhu mì dễ thương
Còn vành môi ngọt yêu đương
Cùng trời cuối đất một đường về tim

KHÔNG ĐỀ 23

Tôi buồn xanh lá thanh niên
Trái phiền muộn trĩu nhánh hiên ngang lời

Tôi buồn xém lá thiếu thời
Ấu thơ chín trái/ ngọt bùi khoét sâu

Tương lai thốn tận hồn sầu
Mật nào không đắng/ gắt đầu lưỡi/ tin

SINH NHẬT EM

Sinh nhật em - anh chẳng có quà
Thời gian giục giã sợ trôi qua
Dù kim cố nhích thêm chăng nữa
Cũng chẳng trên tay một bó hoa.

Em thắp cho mình ngọn nến đời
Dàn lên vũ trụ phía xa xôi
Giấu bao điều ước ngây ngô, vội
Hái một vì sao lạc mất ngôi.

Em chọn cho mình một bến mơ
Tha hồ mộng mị nhởn nhơ thưa
Yêu đương khép nép mong lần hỏi
Muốn ngỏ riêng em, hiểu ý chưa?!

Âm thầm cầu nguyện cùng tinh tú
Đất thấp trời cao em ước gì
Hòa quyện ngàn sao đêm lấp lánh
Có người thầm ước em đừng đi.

KHÔNG ĐỀ 24

Vẫy tay tha thiết gọi: "nhà ơi"
Hờ hững nghe sao chẳng trả lời
Vài ba xuân nữa em phơi phới
Tình sẽ ngậm ngùi... chết mất thôi!

MAI ĐÂY EM LỚN TÌNH DÀNH CHO AI?!

Em vừa đủ tuổi thương yêu
Tập tành gian khó đủ điều chua cay
Ta đau với mảnh hình hài
Theo cơn tình ái giống loài bước chung

Cứ đi, đi mãi chưa ngừng
Cội nguồn hạnh phúc muôn trùng cách xa
Nhiều lần ta nói với ta
Nhiều lần ta với ngày qua dỗi hờn
Nhiều lần quên lãng cô đơn
Nhìn em lòng lại khổ hơn chưa từng

Mưa chưa kịp ướt đã ngưng
Tình chưa kịp chạm đã rưng rưng - rời
Xếp vào ngăn kéo cuộc đời
Thơ duyên gõ nhịp khóc cười năm canh
Thời gian trôi mãi, thôi đành
Mai đây em lớn tình dành cho ai?!

ĐỘNG

Bứt dây thì sợ động rừng
Bứt chiêm bao - ngại: động lòng em ơi!
Động gì cũng chẳng dễ coi
Động trời, đất, biển, động... đời thanh niên

Động từ cơm áo gạo tiền
Động kề danh vọng cạnh miền viễn mơ
Động thời nít nhỏ nên thơ
Động sang hiện tại bơ phờ, tội chưa

Động nào mong hết vật vờ
Dung thân tạm bợ bến bờ bình yên...

EM VỀ VỚI NỖI CÔ ĐƠN

Em về với nỗi cô đơn
Tôi gom nước mắt cuối đường... quay đi
Chim trời cánh mỏi phân ly
Tình tôi sao mỏi những khi em cần

Em về, bóng ngả phân vân
Bóng nhoài lên cỏ, bóng lăn lóc đời
Bóng dương ngã rẽ cuộc người
Đứng đi, trái phải, ngược xuôi... có về

Em vừa thức tỉnh cơn mê
Buốt trong ký ức, hẳn tê tái lòng
Tình tôi buồn lắm, biết không
Đừng choàng sớm áo mùa đông, khép mình.

LÀ CON GÁI

Là con gái ta thường gọi: phái yếu
Tạo hóa sinh để nâng đỡ, cưng chiều
Để nũng nịu và đua đòi, ích kỷ
Muốn mọi người đều hết mực thương yêu.

Là con gái - đặc ân quyền lỗi hẹn
Nửa tiếng chờ em bảo mấy phút trôi
Lầm lì hay than oán, trách nửa lời
Anh tị nạnh, em hờn luôn... cho chết!

Là con gái - mọi điều em biết hết
Vờ hỏi han thành thật lắm hay chưa
Thật tâm chăng hay qua loa xong chuyện
Vài lần kêu đến Từ Hải phải chừa!

Là con gái - em nhớ mãi tươi xinh
Chút son môi, phấn hồng nhẹ bên mình
Tóc xõa vai ngoan hương đưa theo gió
Giang hồ nhìn... buông kiếm chép tâm kinh.

Là con gái - em nhớ đôi lần điệu
Gót chân xiêu chiều chủ nhật trên đường
Chỉ đôi lần, đôi lần thôi... em nhé!
Cho anh còn thêm đôi chút luyến thương...

KHAI TÂM

Hiền quá đôi khi là khuyết điểm
Hoa khai từng nụ trổ mềm lòng
Mà anh thương mến thèm che chở
Gieo rắc tội tình... bé biết không?

Bé chông chênh giữa tình nhân loại
Được - mất - hơn - thua đãi ngộ đời
Hạt từ tâm nở thơm tâm tính
Tỏa ngát dương trần dẫu lẻ loi.

Nho nhỏ mang hương sắc gọi mời
Tay ngà vẫy nắng, dịu dàng môi
Vết son ngoan chẳng lần hôn áo
Tóc thả thêm yêu, đánh thức lời.

Đờ đẫn hồn đơm vạt cuối chiều
Thu vào tầm mắt dậy liêu xiêu
Đất trời nghi vấn ngày kia sẽ
Bừng tỉnh cơn mê dấy lượng liều!

Bé hiểu gì chưa chuyện rất quen
Xa xưa hiện hữu mãi đua chen
Hờn ghen, ích kỷ lên mầm sống
Như chính anh vừa lạc rối ren.

TÔI LAU HẠNH PHÚC TÔI, XA

Tôi lau nước mắt cho em
Giọt nào muối mặn trong tiềm thức nhau
Giọt tôi thấp, giọt em cao
Đỡ đần trên má vết đau nguôi dần

Đời khều lên khóe giai nhân
Mà gian truân xích lại gần chỗ tôi
Buồn vui lẫn lộn giọt rồi
Hòa dòng chát đắng rót môi - tôi, ngồi

Bàn tay nắm hạnh phúc hời
Trôi theo tám kẽ tìm nơi vô cùng.
Niềm riêng em trải mịt mùng
Tôi đưa tay níu, sợi lòng gãy ngang

Hoàng hôn rời phố, sang trang
Người tìm bến đỗ bình an trở về
Bên em biết có ai kề?
Mượn môi hứng giọt não nề - đừng trao

Đừng tin mưa tắt, nắng chào
Không tôi dòng ấy biết chừng nào vơi?!

ĐỜI TÔI EM CHẮC HIỂU CHƯA

Giấu mây sợ nắng chói chang
Giấu em chỉ sợ dùng dằng chẳng ưng
Thương người - người cứ dửng dưng
Xe lăn bánh mỏi trên từng vết si
Vẽ chi nước bước đường đi
Con tim sao tránh những khi yếu mềm.

Đọc thơ đừng nghĩ tôi điên
Có bao giờ hỏi vì em thành hình
Đừng mang nặng tưởng - buộc mình
Thi nhân lắm kẻ đa tình mộng mơ

Đời tôi em chắc hiểu chưa
Thi nhân tỉnh lẻ nhà thơ khắp vùng
Lẻ loi vuông chiếu tương phùng
Cách chi lừng lẫy khi vòng tay đơn...

TRÊN ĐOẠN TÌNH GIÀ

Bà ơi! Có phải mỗi ngày
Vật dời sao đổi, người thay tấc lòng
Hôm nay ban những lời hồng
Biết mai còn ấm chút nồng đượm trao

Đũa còn mai một thấp cao
Một mai tôi cũng hư hao với đời
Chân tay run rẩy, rã rời
Câu từ xiêu vẹo rách đôi nỗi niềm

Tàn cây bóng đổ lá mềm
Bà trong tôi vẫn nét hiền xa xưa
Vái trời thả hết nắng mưa
Để tôi phong tỏa tình chưa muốn ngừng...

CÚI ĐẦU

Cúi đầu suy tưởng ta tiền kiếp
Lầm lỗi ngân vang chạm buổi nay
Cúi đầu xin lỗi ngày sau đến
Chẳng rõ thêm bao nỗi đắng cay?!

Cúi đầu nghe tóc vương mùi nắng
Ngăn nắp sợi mong sợi mỏi nào
Cùng nuôi hoài bão cao vời vợi
Ấp ủ sợi thương, nhớ chốn nao?

Cúi đầu ngân ngấn nhìn sương điểm
Dẫn lối lòng tin lạc bến bờ
Dắt dìu phiền muộn neo tâm cảm
Trăn trở chòng chành vỗ mạn mơ.

Cúi đầu may mắn trông trăm cõi
Gom nhặt bóng hình mỗi bước qua
Tương tư, hằn học thường sinh chuyện
Gieo rắc lạnh lùng tục lụy ta.

Cúi đầu tạ lỗi cùng đôi mắt
Chưa tỏ nông sâu tận phút này
Đường dài học rộng còn chưa đủ
Cứ nhủ hồn trần chớ ngại sai!

Cúi đầu cảm tạ từng hơi thở
Mỗi sớm tay đưa vẫn nhịp đều
Ngập ngừng những lúc tim xao động
Lớn thật rồi ư, luýnh quýnh yêu?

Cúi đầu ghi nhớ môi thiên biến
Vạn hóa lạc quan nở khắp nơi
Dù đau muôn bận chưa nề chí
Tươi tắn điểm tô đuổi kịp người.

Cúi đầu vui sướng thanh âm rót
Đôi tiếng ngọt tai mạch sống mời
Hân hoan dòng chảy truyền cơ thể
Chỉ thiếu lời tình thỏ thẻ thôi!

Cúi đầu lắm lúc mình ngang ngược
Biếng nút tị hiềm, tính ghét ganh
Thầm ôm sầu tủi dâng lên mắt
Bạc đãi môi cười lánh tuổi xanh.

Cúi đầu tạ lỗi bàn tay sạm
Chửa biết thời cơ, hạnh phúc đời
Để khi vụt cánh ngồi ngơ ngẩn
Chắt lưỡi, than trời trách đất chơi!

Cúi đầu tự vấn ta non nớt
Những bắt mặt mừng thuở ấy đâu
Sao im chở nặng rưng rưng xót
Có nuối tiếc nào khước đớn đau!

Cúi đầu ơn nặng bàn chân mỏi
Rừng thẳm sơn khê mãi nợ nần
Muốn vươn tận cõi xa nghìn dặm
Đánh đố đại dương triệu cách ngăn.

Cúi đầu thinh lặng mình nguyên vẹn
Lầm lỡ, ơn sâu, nặng khối tình
Tứ chi, tai, mắt, môi cùng tóc
Hờn tủi loay hoay kiếp nhục vinh.

Cúi đầu tìm nghĩa ta tồn tại
Chỉ bấy nhiêu lời chẳng thế đâu!

CHƯƠNG ĐỜI

Trang cuối một chương khép lại dần
Ngày mai chương mới chóng quen thân
Bạn bè sắp tới còn bao đứa
Có chắc không còn cảnh chia, phân?!

Thôi! Đừng kể chuyện những buồn vui
Buồn sẵn vành môi đón ánh đời
Đã khóc trên niềm vui đối diện
Đi từ nghịch cảnh, lớn khôn - tôi

Trên giá/ ngày qua, sắp thẳng hàng
Hôm nay vẫn một chỗ bình an
Lặng lẽ tạ ơn phần số mệnh
Được nhìn thêm bước chuyển thời gian.

Gọi nhau để biết còn nhung nhớ
Còn ấm quan tâm giữa thiếu/ thừa
Còn trong góc ấy tình thương mến
Sưởi tủi hờn qua mỗi chặng đua!

Tháng tàn năm tận, nói điều chi
Lịch thoáng rụng rơi, biết ước gì
Đâu đấy chờ nghe lời ước nguyện
Cõi lòng rộng cửa, ai thầm ghi…

MỘT MAI NHÌN LẠI

(Một mai, chớp mắt là mai một
Đừng để cho lời thốt: Phải chi.)
*- **Nguyễn Vỹ** -*

Một mai nhìn lại, rừng hiu quạnh
Ghế đấy, người nay: Chẳng thấy đâu
Đừng ú tim mà, mau đến nhé!
Bóng ơi! Chớ giữ cuộc vui lâu.

Thèm đá cái chân hư muốn chết!
Đẩy đưa toan tính lấp đời nhau
Huyệt thời gian điểm nghe thêm nhói
Tích tắc, đường kim đã kín sầu.

Nốc rượu tưởng mình tu nước lã
Khay lòng dạ trải, nhắm cho say
Đũa khua thành chén vang tâm tưởng
Ai biết thói người nhạt nhẽo thay!

Cầm đũa ngỡ... đao, vung khắp chốn
Ma nào lộ diện đứt đầu chơi
Hiện hình mau thử cùng song tấu
Còn – mất – được – thua/ chả vướng đời!

Miệng mời đối mặt sao chưa chịu
Quân tử chả chơi đẹp tí ti
Rù rì rủ rỉ/ câu xuôi, lọt
Gãy đoạn tin yêu, trách cứ ghi.

Khói trắng cợt trên đắng ngẩn người
Ngực đong hy vọng sủi tăm môi
Thương đau chai, sạm; khô thề, hẹn
Góc trái van nài: Tỉnh giấc thôi!

Một mai nhìn lại: Thôi! Lâu lắm!
Ngồi ngẫm hôm nay được những chi?!

TRẦN GIAN CÒN MÃI THƯƠNG CÙNG NHỚ

Trần gian quý sứ giờ đông lắm
Thưa dạ, cúi đầu có nghĩa chi
Đôi khi thèm khát thời con trẻ
Chập chững, mẹ cha đỡ bước đi.

Thèm lần làm nũng vòng tay mẹ
Hơi ấm choàng ôm trải thịt da
Vùi lòng cha đón tình thương mến
Từng tế bào run... sợ cách xa!

Chẳng phải quẩn quanh tìm hạnh phúc
Mặt trời rất gần, chân lý đây
Theo gót người xưa nuôi chí lớn
Trưởng thành từ buổi học chia tay.

"Bạn bè" hai tiếng thun đầu lưỡi
Ngại khép vành môi đánh thức lời
Ngủ yên trong góc ưu tư ấy
Tâm thức chảy tràn tắm mắt môi.

Trần gian đâu chỉ mưa cùng nắng
Có giận hờn hòa những nét vui
Nụ cười dè dặt cong cong nhoẻn
Nốt trầm tô điểm tự bao đời.

Trần gian còm cõi sinh già bệnh
Trái đất hôm nay, tử cận kề
Ngắn dài năm ngón hằng chung sống
Cơn gió vô thường tỉnh giấc mê!

Có khi khóc mãi mà chưa đủ
Dù mắt đại dương thăm thẳm sâu
Sóng vỗ trăm năm còn phút mỏi
Hồn trần sao cạn những thương đau...

Trần gian thuở ấy còn chưa rõ
Mà đến hôm nay chuyện luyến lưu.

Mục lục

1. Hãy kể anh nghe	7
2. Không đề 1	8
3. Vì tôi lớn chậm	9
4. Đôi mươi rồi mở lòng đi, em nhé!	10
5. Không đề 2	12
6. Không đề 3	13
7. Đánh thức	14
8. Tình cho mượn	16
9. Xin làm người nghe em kể buồn vui	18
10. Tết và em	20
11. Không đề 4	22
12. Không đề 5	23
13. Không đề 6	24
14. Khoan dung	25
15. Không đề 7	26
16. Nắng Sài Gòn	27
17. Dặn em	28
18. Không đề 8	30
19. Không đề 9	31
20. Không đề 10	32
21. Không đề 11	33
22. Đêm sao sáng	34
23. Đường về	36
24. Không đề 12	38
25. Có những lúc	39
26. Không đề 13	40
27. Tìm em mỏi mắt, rã hình hài tôi	41
28. Hạnh phúc ta trong hạnh phúc người	42

29. Không đề 14	44
30. Không đề 15	45
31. Ngại đường về mưa làm lấm áo em	46
32. Đừng gọi em là công chúa	48
33. Không đề 16	50
34. Không đề 17	51
35. Khi nao người thấy nhớ ta không?!	52
36. Vui mãi chưa về đon đả thưa	54
37. Không đề 18	56
38. Không đề 19	57
39. Không đề 20	58
40. Vì đời ngắn lắm ngại gì đan tay	59
41. Không đề 21	60
42. Cho anh tay nắm nhé em	61
43. Không đề 22	62
44. Ơn em	63
45. Không đề 23	64
46. Sinh nhật em	65
47. Không đề 24	66
48. Mai đây em lớn tình dành cho ai	67
49. Động	68
50. Em về với nỗi cô đơn	69
51. Là con gái	70
52. Khai tâm	72
53. Tôi lau hạnh phúc tôi, xa	74
54. Đời tôi em chắc hiểu chưa	75
55. Trên đoạn tình già	76
56. Cúi đầu	77
57. Chương đời	80
58. Một mai nhìn lại	82
59. Trần gian còn mãi thương cùng nhớ	84

Liên lạc Tác giả
Vy Thượng Ngã
nguyenquocvy617@gmail.com

Liên lạc Nhà xuất bản
Nhân Ảnh
han.le3359@gmail.com
(408) 722-5626

www.ingramcontent.com/pod-product-compliance
Lightning Source LLC
Chambersburg PA
CBHW031215290426
43673CB00091B/9